மரம் செய்த தந்திரம்

THE TRICK OF THE TREE

கொ.மா.கோ. இளங்கோ

THE TRICK OF THE TREE
Ko.Ma.Ko.Elango
Illustration: T.N.Rajan
First Published: December, 2022
BOOKS FOR CHILDREN
imprint of Bharathi Puthakalayam
7, Elango Salai, Teynampet, Chennai - 600 018.
Email: bharathiputhakalayam@gmail.com | www.thamizhbooks.com

மரம் செய்த தந்திரம்
கொ.மா.கோ.இளங்கோ
ஓவியம்: டி.என்.ராஜன்
முதல் பதிப்பு: டிசம்பர், 2022

வெளியீடு:

புக்ஸ் ஃபார் சில்ரன் – பாரதி புத்தகாலயத்தின் ஓர் அங்கம்
7, இளங்கோ சாலை, தேனாம்பேட்டை, சென்னை – 600 018.
தொலைபேசி : 044 24332424, 24332924, 24356935

விற்பனை உரிமை

விற்பனை நிலையங்கள்
மதுரை: 37A, பெரியார் பேருந்து நிலையம் - 045 22324674
ஈரோடு: 39: 39 ஸ்டேட் பாங்க் சாலை - 9245448353
திண்டுக்கல்: பேருந்து நிலையம் - 9942331105, 9976053719
பழனி: பேருந்து நிலையம் அருகில் - 9442883696
திருப்பூர்: 447, அவினாசி சாலை - 9486105018
சேலம்: பாலம் 35, அத்வைத ஆஸ்ரமம் சாலை 0427 2335952
திருவல்லிக்கேணி: 48, தேரடி தெரு - 9444428358
வடபழனி: பேருந்து நிலையம் எதிரில் அடையார்
ஆனந்தபவன் மாடியில் - 9444476967
பெரம்பூர்: 52, கூக்ஸ் ரோடு - 9444373716
திருவாரூர்: 35, நேதாஜி சாலை - 9442540543
சேலம்: 15, வித்யாலயா சாலை சாலை
திருநெல்வேலி: 25A, ராஜேந்திரநகர் - 9442149981
அருப்புக்கோட்டை: 49A/4 மெயின் ரோடு, தெற்கு தெரு,-9994173551
மதுரை: சர்வோதயா மெயின்ரோடு
குன்னூர்: N.K.N வணிக வளாகம் பெட்போர்ட்
செங்கல்பட்டு: 1 D ஜி.எஸ்.டி சாலை - 044 27426964
விருதுநகர்: 131, கச்சேரி சாலை - 0456 2245300
கும்பகோணம்: 352, ரயில் நிலையம் எதிரில் - 9443995061
வேலூர்: பேஸ் III, சத்துவாச்சாரி - 9442553893
நெய்வேலி: பேருந்து நிலையம் அருகில், - 9443659147
தஞ்சாவூர்: காந்திஜி வணிக வளாகம் காந்திஜி சாலை - 9655542400
கோவை: 77, மசக்காளிபாளையம் ரோடு, பீளமேடு - 8903707294
திருச்சி: வெண்மணி இல்லம், கரூர் புறவழிச்சாலை - 9994289492
திருவண்ணாமலை: முத்தம்மாள் நகர்
நாகர்கோவில்: 699 கே.பி.ரோடு R.V.புரம் - 9443450111
சிதம்பரம்: 11 / 28 வெள்ள திறந்தான் தெரு, - 9994399347
கரூர்: நாரத கானசபா அருகில் (TNGEA OFFICE)- 9442706676
காரைக்குடி: 12, 2 வது தெரு, கம்பன் மணிமண்டபம் பின்புறம் - 9443406150

வடிவமைப்பு: ஆர்.காளத்தி

நினைத்த நூல்கள்... நினைத்த நேரத்தில்...   8778073949

அச்சு : பிரிண்டெக், சென்னை – 600 005.

காட்டில் ஒரு பெரிய மரம் இருந்தது.

அடிமரத்துக்குக் கீழே, வேர்களுக்கு இடையில் உருவாக்கிய வளையில் ஒரு முயல் குடும்பம் வசித்தது.

முயலம்மா, இரைதேட வெளியே செல்லும்போது குட்டியைப் பாதுகாப்பாக வளையில் விட்டுச்சென்றது.

மணலையும் இலைகளையும் பரப்பி வாசலை மூடி வைத்தது.

There was a big tree in the forest. The tree had a hole in between its trunk and the widespread roots. A rabbit family had been living in that burrow. Whenever she went in search of food, she left the little bunny by home alone; However, the mother rabbit used to secure the burrow with sand and leaves every time, before leaving.

ஒருநாள், அறிமுகமில்லாத ஒரு குரல்
குட்டிமுயலை அழைத்தது
"செல்லமே! வெளியே வாயேன், நாம் சேர்ந்து
விளையாடுவோம்" என்ற குரலைக் கேட்டுப்
பதறியது குட்டிமுயல்.

வெளியாட்கள் யாரேனும் அழைத்தால் வெளியே வரக்கூடாது
என்று அம்மா கட்டளை இட்டிருக்கிறாரே.

One day when the little bunny was alone in the burrow,
it heard someone calling her, "Rabby! please come out,
we shall play." But the little bunny did not come out,
remembering mom's words not to respond to strangers.

"யார் நீங்கள்? அம்மா திட்டுவார்"

"பயப்படாதே செல்லமே! உங்களது வளைக்கு மேலேயுள்ள மரம்தான் பேசுகிறேன். இன்று எனது பிறந்தநாள்" என்ற பதிலைக் கேட்ட குட்டிமுயலுக்கு, பிறந்தநாள் கொண்டாட்டத்தில் கலந்து கொள்ளும் ஆர்வம் பிறந்தது.

"I don't know who you are. my mom will scold me!"
replied the little bunny.

"Don't be scared; I am the tree above your burrow.
Today is my birthday," said the old tree.
The curiosity of the little bunny went so high, hearing the
Birthday and the talking tree.

It wanted to join the birthday bash

சற்றுநேரத்தில் மரம், நீளமான தனது கிளையை வளைத்து
கீழே இறக்கியது. முயல், வளைக்கு முன்பு இருந்த
மணலையும் இலைகளையும் அகற்றியது.
வளைக்குள் வெளிச்சம் பரவவே குட்டிமுயல்
தாவிக்குதித்து வெளியே வந்தது. சுற்றுமுற்றும்
திரும்பிப் பார்த்த முயலுக்குக் குழப்பம்.

In a while, the tree leanted down to the ground,
while the little bunny took away the leaves and sand so
that, light spread all over the burrow.
The little bunny jumped out. It saw all the four directions;
yet got confused.

"செல்லமே! மேலே பார்" என்ற மரம், தன் கிளையை அசைத்ததை வியந்து பார்த்தது குட்டிமுயல். "இப்போது, உன்னை என்மீது ஏற்றிக்கொள்ளப் போகிறேன்" என்ற மரம், தனது நீளமான கிளையை வளைத்து நிலத்தைத்தொட்டது. உட்காருவதற்கு வசதியாக இருந்த நுனிக்கிளையில் குட்டிமுயல் ஏறியதும், கிளை மெல்ல வளைந்து மேலே சென்றது. குட்டிமுயலை உச்சி மரத்தில் கொண்டு சேர்த்தது.

"Over here, buddy!" said the tree, lowering a branch bent
down, which made the little bunny amazed.
The tree said it wanted to lift and carry her on its shoulders,
however the little bunny was doubtful as it did not know
climbing the tree. Hearing this, the tree bent down,
held the little bunny on top and then elevated high.

அங்கிருந்தபடி, நீண்ட தூரம்வரை தெரிந்த காட்டின் அழகை ரசித்தது. நடனமாடும் மயில்கள், புல்வெளியில் விளையாடும் மான்கள் என பல விலங்குகளைக் கண்டு உற்சாகம் அடைந்தது.

The little bunny enjoyed from the treetop, watching the whole forest, peacock dancing far away and the deers assembled at the meadow.

"இப்போது எனக்கு நாற்பத்தி இரண்டு வயது. உனது தாத்தா பாட்டிகளுக்கும் முந்தைய தலைமுறை முயல்களுக்கு என்னைத் தெரியும்." என்ற மரம், காட்டின் கதைகளை குட்டிமுயலிடம் சொன்னது. காடு பற்றிய அறிமுகமும், காட்டு விலங்குகளின் ஒற்றுமையையும் தெரிந்துகொண்ட குட்டிமுயல் மரத்துக்கு நன்றி சொன்னது.

The tree said, "I am forty-two years old; Your grandparents and their ancestors had known me as well", it elaborated several stories about those woods. The little bunny thanked the tree for those details it came to know about the woods and the unity of the habitat.

கதை கேட்கிற ஆர்வத்தில், இன்று மரத்தின் பிறந்தநாள்
என்பதை மறந்தேபோனது குட்டிமுயல்.
திடீரென்று ஞாபத்துக்கு வரவே, "என்னை மன்னிச்சிடுங்க.
உங்களுக்குப் பிறந்தநாள் பரிசாத்தர
என்னிடம் எதுவுமில்லை. அம்மா தந்த காரட்டைச் சாப்பிட்டு
விட்டேன்" என்றது, பணிவாக.

Indeed, it had forgotten the birthday of the tree,

in the curiosity of listening to the stories.

The little bunny said, "Oh! Please forgive me, I don't
have any gift for your birthday, I already ate alone the
carrot which my mom gave."

"கவலைப்படாதே செல்லமே! உன்னைப் போன்ற சிறு
குழந்தைகளோட புன்னகையே, இந்த உலகுக்குக் கிடைத்த
பெரிய பரிசு. தன்னிடம் உள்ளதை, வாழ்நாள் முழுவதும்
மற்றவர்களுக்குப் பரிசு தருகிற வழக்கம் மரங்களுக்கு உண்டு.
இன்று, நான் உனக்கு ஒரு பரிசு தரப்போகிறேன்" என்றது மரம்.

"Never mind", consoled the tree, saying that having
conversation with younger ones like the little bunny itself
was a gift. Also, the tree said, "we are habituated to give
others what we have; I have some gift for you rather"

மரத்தின் மெலிதான கிளையொன்று,
அடுத்த கிளையிலிருந்து ஓர் இலையைப் பறித்தது.
அதைக் கூம்பாக மடித்து இலைக்கீரிடம் தயாரித்தது.
குட்டிமுயலின் தலையில் சூட்டியது.

"இன்று முதல், இந்தப் பெருங்காட்டுக்கு உன்னையே
இளவரசராக நியமிக்கலாம்" என்று புகழ்ந்து பேசியது மரம்.
மகிழ்ச்சி அடைந்த குட்டிமுயல்,
மரத்தைக் கட்டியணைத்து முத்தமிட்டது.

One of its tender branches plucked a leaf from the neighboring branch, folded the leaf, and made the shape of a crown and placed it on the little bunny's head. "With this leaf crown, you look so beautiful, that you can be announced the princess of the woods", suggested the tree. She was delighted, it hugged and kissed the tree.

சற்று நேரத்தில் முயல்குட்டிக்குப் பசியெடுக்கவே,
மரம் தனது கிளையை வளைத்து அருகிலிருந்த செடியிலிருந்து
அகத்திக்கீரையை பறித்துத் தந்தது. வயிறாசச் சாப்பிட்ட
குட்டிமுயலுக்கு, நாகலிங்க மரத்தின் காயைப் பறித்துத் தந்தது.
குட்டிமுயல், அதை உதைத்து விளையாடிய போது,
அந்தக்காய் தவறிக் கீழே விழுந்தது.

After some time, the little bunny got hungry. The tree
bent again its branch towards the spinach and plucked it
to feed the little bunny. After finishing its lunch, the tree
plucked the cannonball and gave it to the little bunny. She
had fun kicking it. The cannonball rolled down on the land.

நிலத்தில் விழுந்த பந்தை யார் எடுத்துத் தருவார்கள்? மரத்தை
அணுகியதும், "கால்பந்து விளையாட்டில், விசில் சத்தம்
கேட்காமல் நானெப்படி கிளையை நகர்த்துவேன்?" என்றது
மரம். ஒருமுறை உதவும்படிக் கெஞ்சியது குட்டிமுயல்.

Who will bring it back? The little bunny requested
the tree. "Without hearing the whistle sound how would
i move the branch?", said the tree. The little bunny
requested the tree to help for this time.

உடனே மரம், கிளையை வளைத்து மற்றொரு இலையைப்
பறித்தது. அழகாக மடித்து விசில் தயாரித்தது.
குட்டிமுயல், விசிலை வாயில்வைத்து ஊதவே,
மரம் கிளையை இறக்கி பந்தைக் கொண்டுவந்து சேர்த்தது.
புதுமையான கால்ப்பந்தாட்டம் அது.

The tree plucked one more leaf folded it carefully like a
whistle and gave it to the little bunny. She kept the whistle
in its mouth and blew it. The tree bent down its branch,
picked up the ball and gave it back to the little bunny.
It is an innovative football.

மாலை வரை ஆசைதீர விளையாடிய குட்டிமுயலுக்கு,
வளைக்குத் திரும்பும் எண்ணம் எழவே,
"நான் வீட்டுக்குப் போகணும். தயவுசெஞ்சு என்னை
கீழே இறக்கி விடுங்கள்" என மரத்திடம் சொன்ன போது,
உடனே நேரத்தில் அங்கொரு விபரீதம் நிகழ்ந்தது.

After playing happily till that evening, the little bunny
thought of going back home. It requested the tree to bend
down and descend her. At the same time,
a tragedy occurred.

எதிர்பாராதவிதமாக, திடீரென்று மரத்தடிக்கு வந்த
ஒரு சிறுத்தை, மேலே இருந்த குட்டிமுயலைப் பார்த்து
விட்டது. பயத்தில் குட்டிமுயலின் உடல் நடுங்க ஆரம்பித்தது.
மரத்துக்கும் உடனடியாக என்ன செய்வதென்று புரியவில்லை.
பசியோடிருந்த சிறுத்தைக்கு முயல் கறி சரியான விருந்து.
நேரத்தை வீணடிக்காமல் மரத்தில் தாவி ஏறியது சிறுத்தை.

All the sudden, a cheetah arrived under the tree, and
it saw the little bunny on the tree. The little bunny started
shivering. The tree was also helpless. The little bunny
seemed a good feast to that starving cheetah, which
started to climb the tree without wasting time.

"க்கொர்ர்ர்...க்கொர்ர்ர்..."

திடீரென்று, முயலுக்குப் பக்கதில் இருந்து கேட்ட உறுமல் சத்தம் சிறுத்தைக்கு கிலியை உண்டாக்கியது. மரத்தின் கிளைகள் அனைத்தும் 'விர் விர்'ரென்று காற்றில் வேகமாக ஆடியசைந்தன. சிறுத்தைக்குத் தூக்கிவாரிப் போட்டது.

"Grrrr...Grrrr..."

Suddenly, a growl from next to the rabbit startled the leopard. All the branches of the tree rustled and swayed rapidly in the wind. The fear of the leopard increased.

மரத்தின் பின்புறக் கிளையில், ஒரு வினோத விலங்கின் முகம் தெரிந்தது. பழுப்பு நிறத்திலிருந்த அந்த முகத்தைப் பார்த்த சிறுத்தை பயந்தது. மரத்திலிருந்து கீழே குதித்து காட்டுக்குள் தப்பியோடியது.

On the back branch of the tree, the face of a strange animal appeared. Seeing that brown face, the leopard got scared. It jumped down from the tree and fled into the forest.

சிறுத்தையை விரட்டியடித்த விலங்கு எது? திடீரென்று அது
எங்கிருந்து வந்தது? சந்தேகமே இல்லை.
அது குட்டிமுயல்தான் என்றாலும், அதற்கெல்லாம் காரணம்
மரத்தின் தந்திரம்தான். சிறுத்தை மரம் ஏறுவதற்குள், மரம்
ஒரு திட்டம் தீட்டியது. அகலமான பழுத்த இலையைப் பறித்து,
அதில் இரண்டு துளைகளிட்டு, குட்டிமுயலுக்கு முகமூடி செய்து
தந்தது. முகமூடி அணிந்துகொண்ட முயல்,
வினோத விலங்கைப்போல ஒலியெழுப்பி,
சிறுத்தையை விரட்டியடித்தது.

Which animal drove away the leopard? Where did it
suddenly come from? No doubt. Even though it was the
little bunny, it was all because of the trick of the tree.
Before the leopard climbed the tree, it planned.
A broad ripe leaf was plucked, two holes were made in it,
and a mask was made for the little bunny.
The masked little bunny chased away the leopard
by making strange noises.

"ஆபத்திலிருந்து காப்பாற்றியதற்கு நன்றி" என்று வணங்கிய குட்டிமுயலை, வாழ்த்திய மரம் கீழே இறக்கி விட்டது. திடீரென்று, எதிரில் புதர்ச்செடிகளுக்கு இடையில் சலசலப்புச் சத்தம் கேட்டு அமைதியானது குட்டிமுயல். சற்று நேரத்தில் புதர்செடிகளைக் கடந்து வந்த முயலம்மாவைப் பார்த்த பிறகுதான் குட்டிமுயலின் பதட்டம் தணிந்தது.

"Thank you for saving me from danger," the little bunny bowed down and was brought down by the tree. Suddenly, the little bunny was quieted by a rustling in the bushes in front of him. The little bunny's nervousness subsided only after he saw his mother, who came through the bushes in no time.

நடந்த கதையை குட்டிமுயலிடம் கேட்டுத் தெரிந்துகொண்ட முயலம்மா, மரத்திற்கு நன்றி சொன்னது. பிள்ளையுடன் வளைக்குத் திரும்பியது. பெருமரமும் மகிழ்ச்சி அடைந்தது.

After hearing the story from the little bunny, the mother thanked the tree. Returned to the burrow with the child. The tree was also happy.

www.ingramcontent.com/pod-product-compliance
Lightning Source LLC
Chambersburg PA
CBHW020121180726
47992CB00019B/1423